MAZE

FOR KIDS

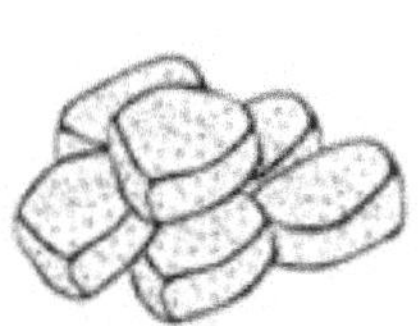

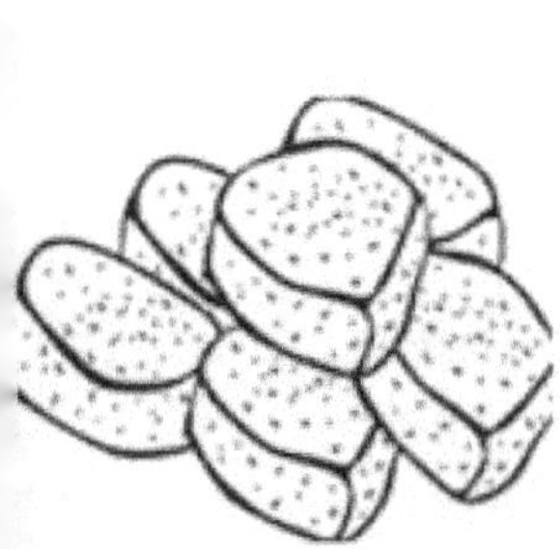

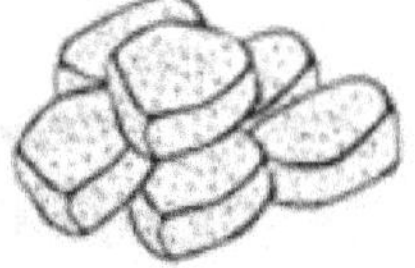

MAZE BOOK

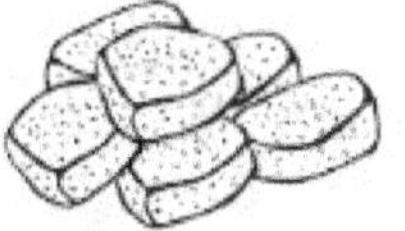

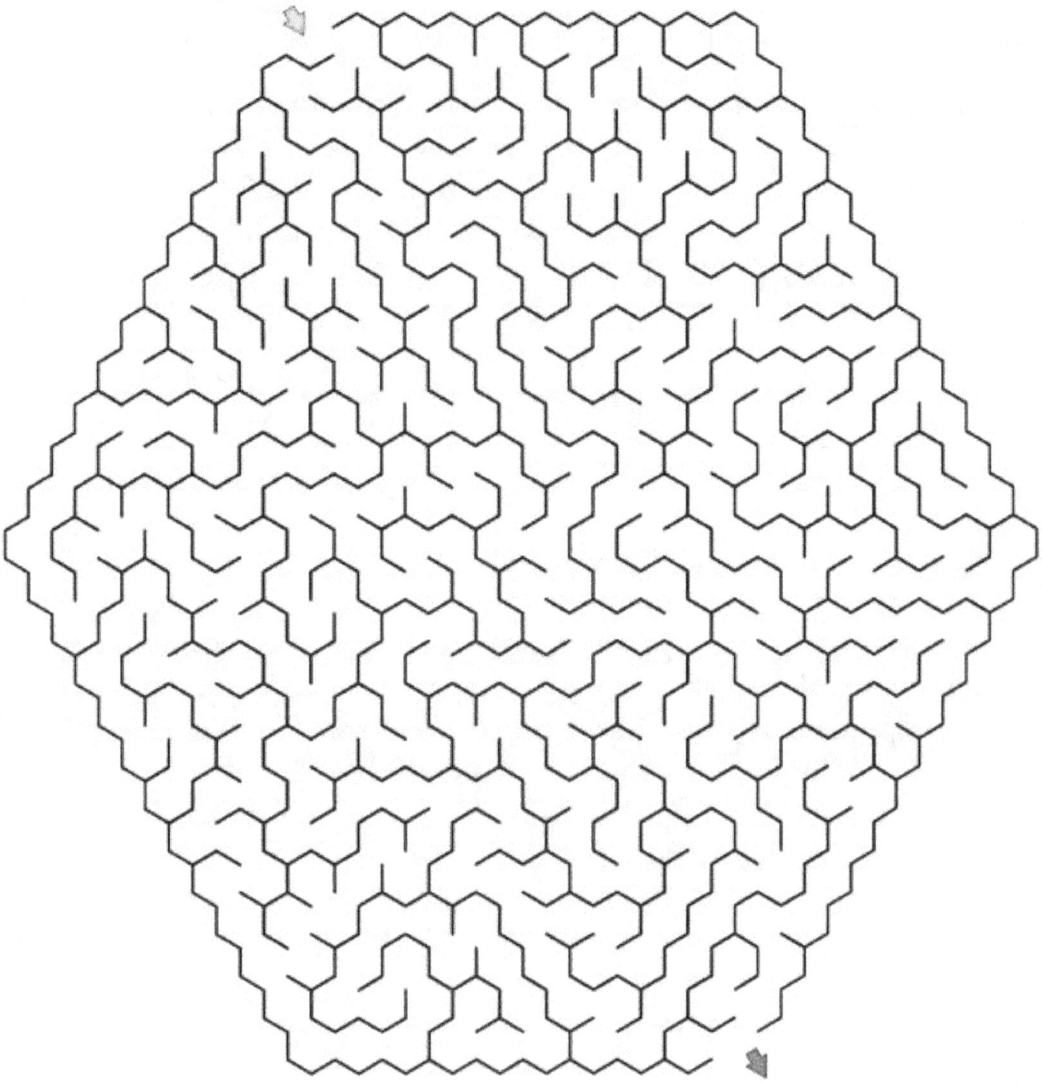

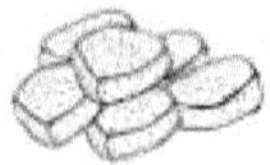

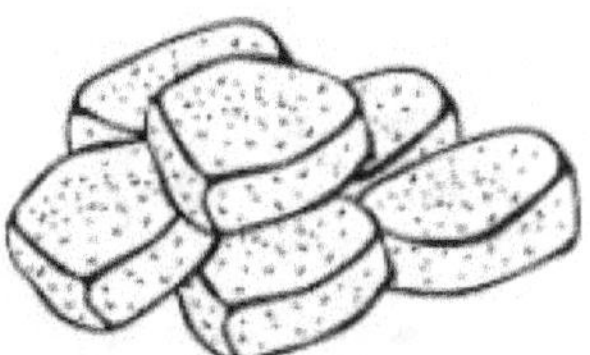

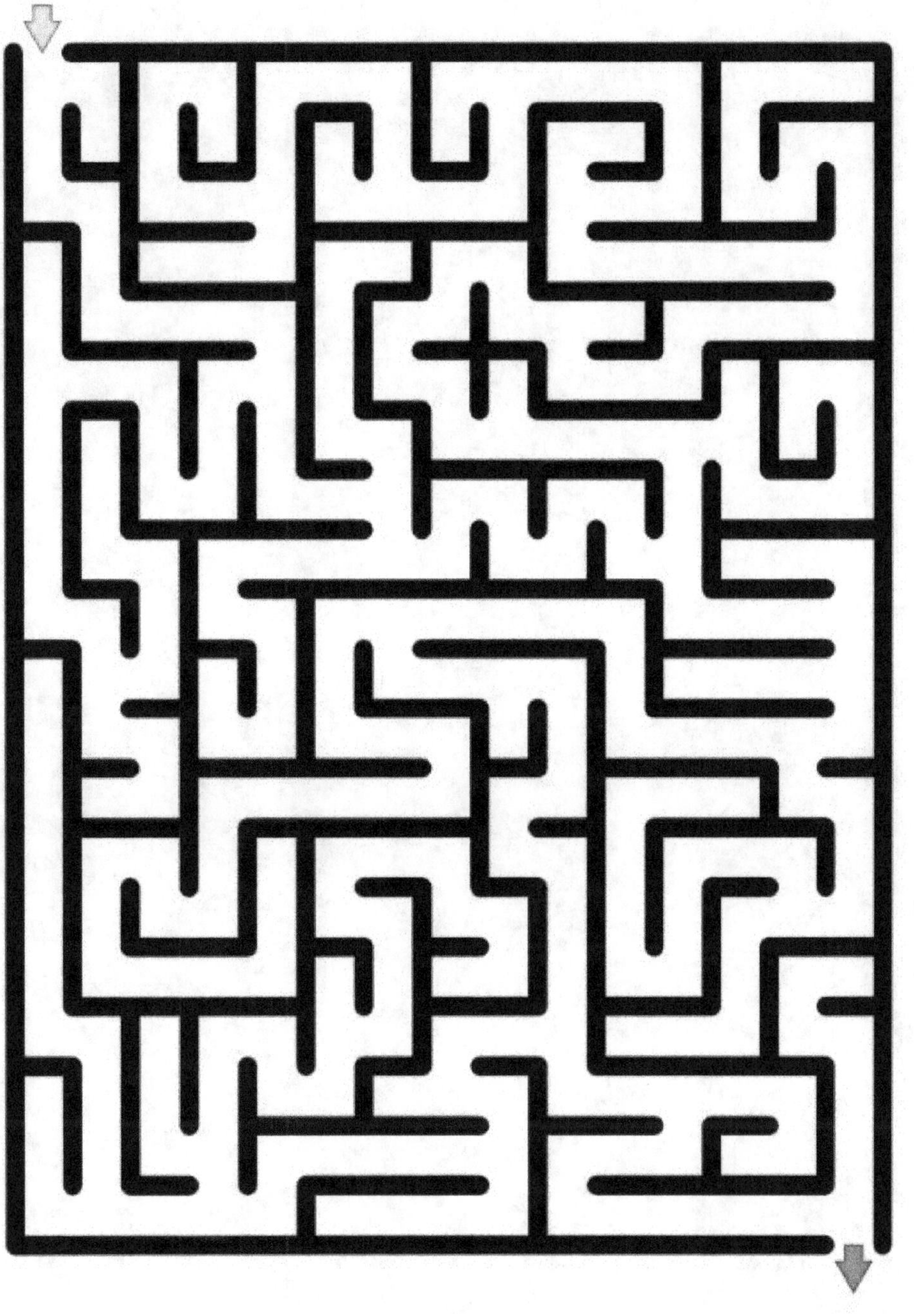

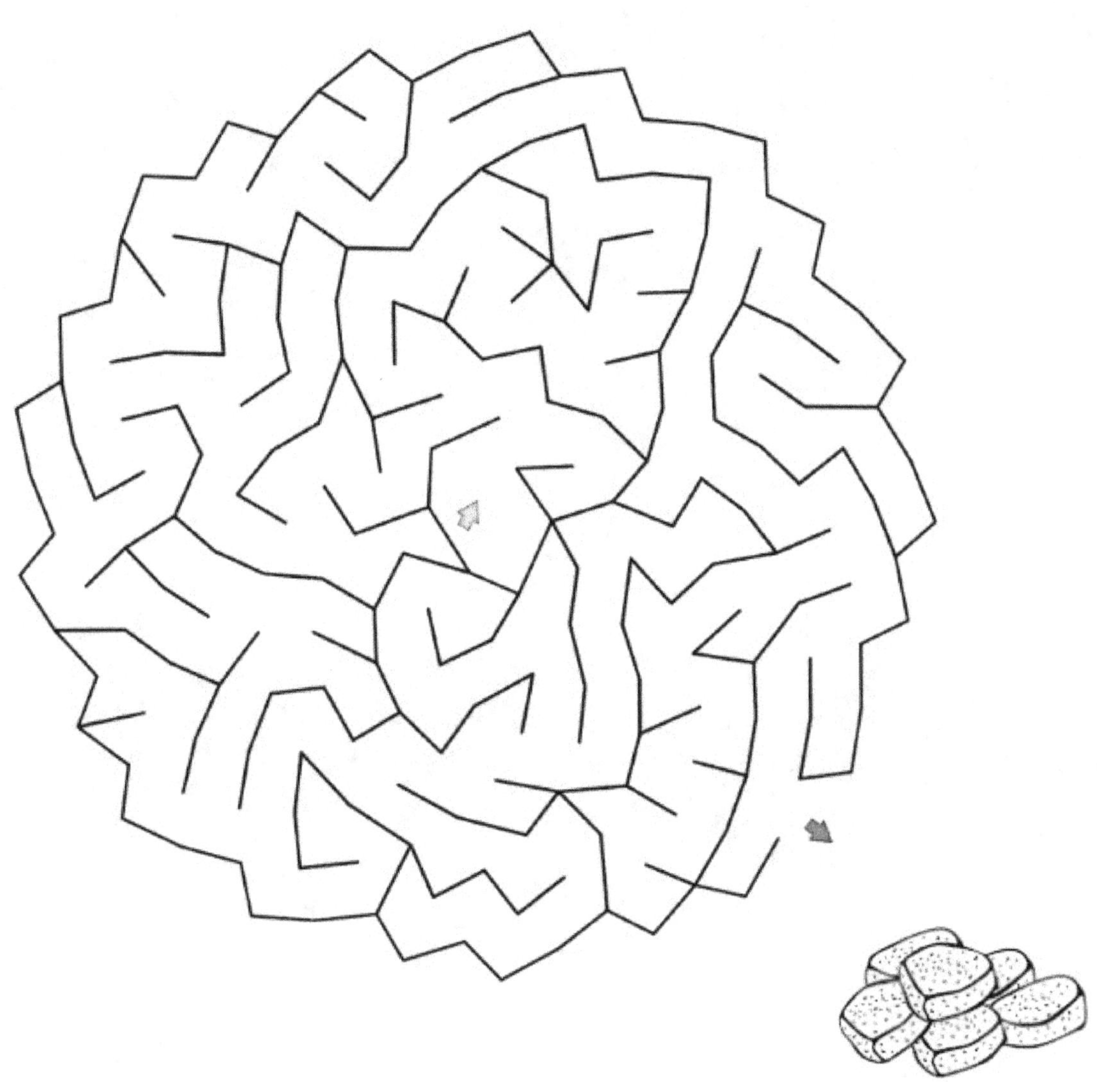

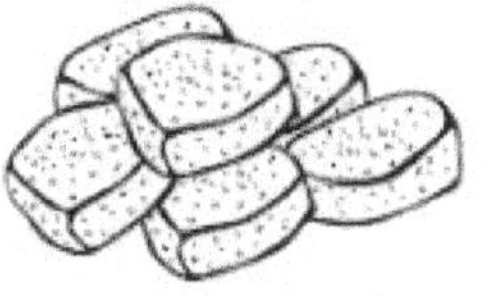

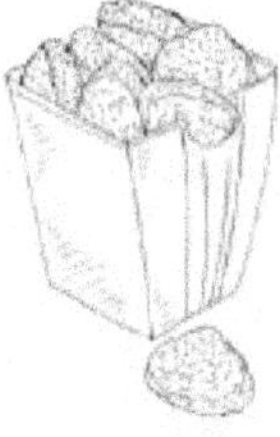

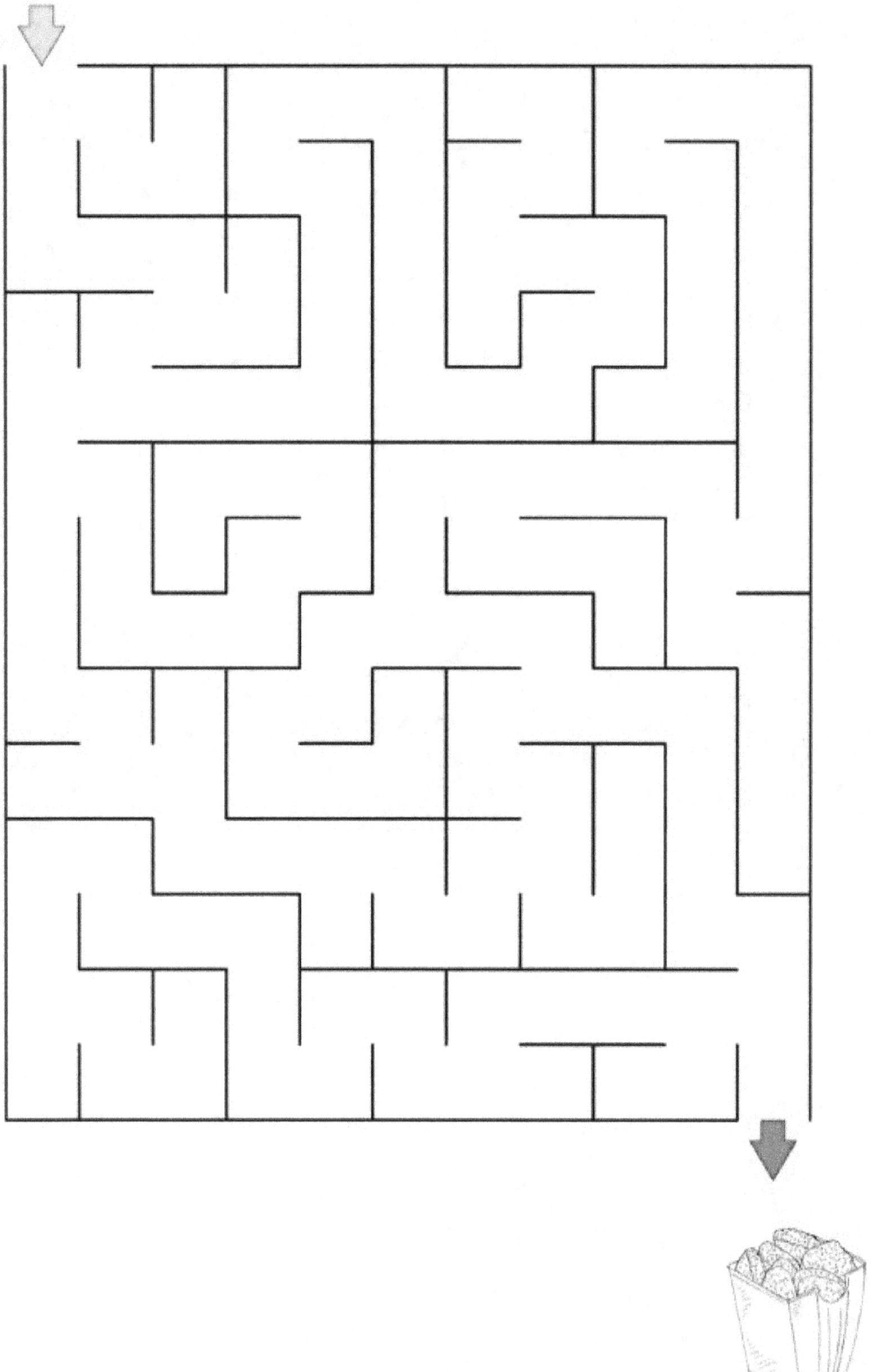

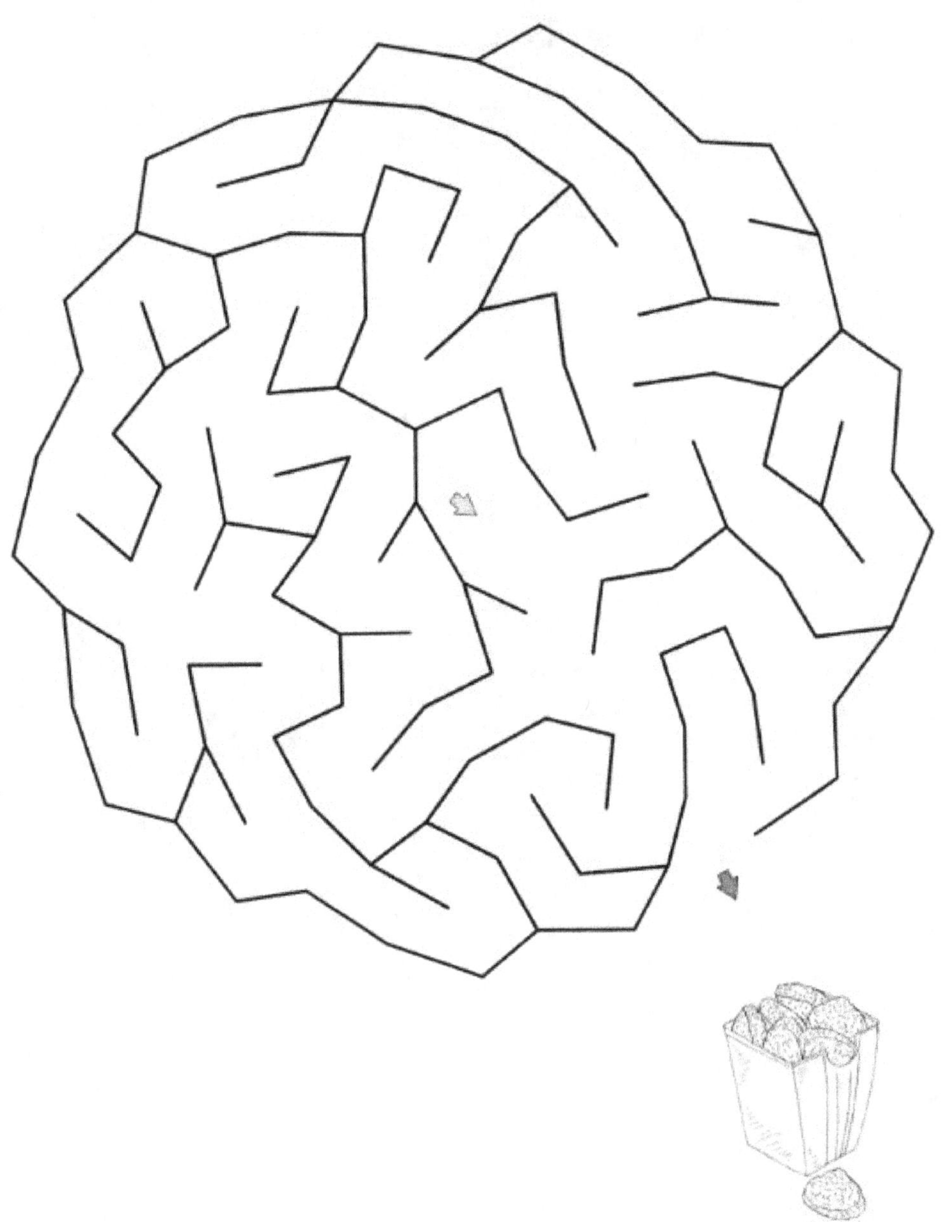

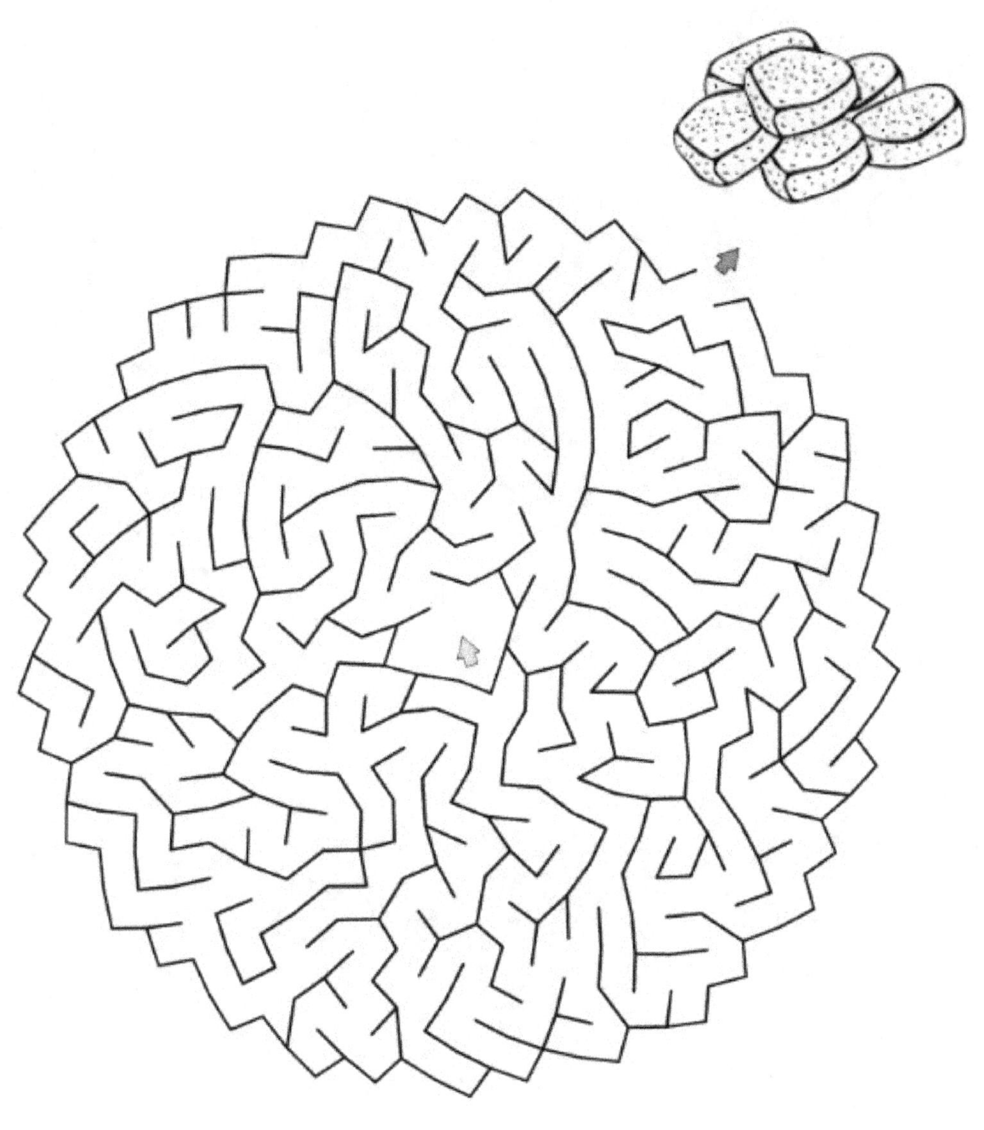

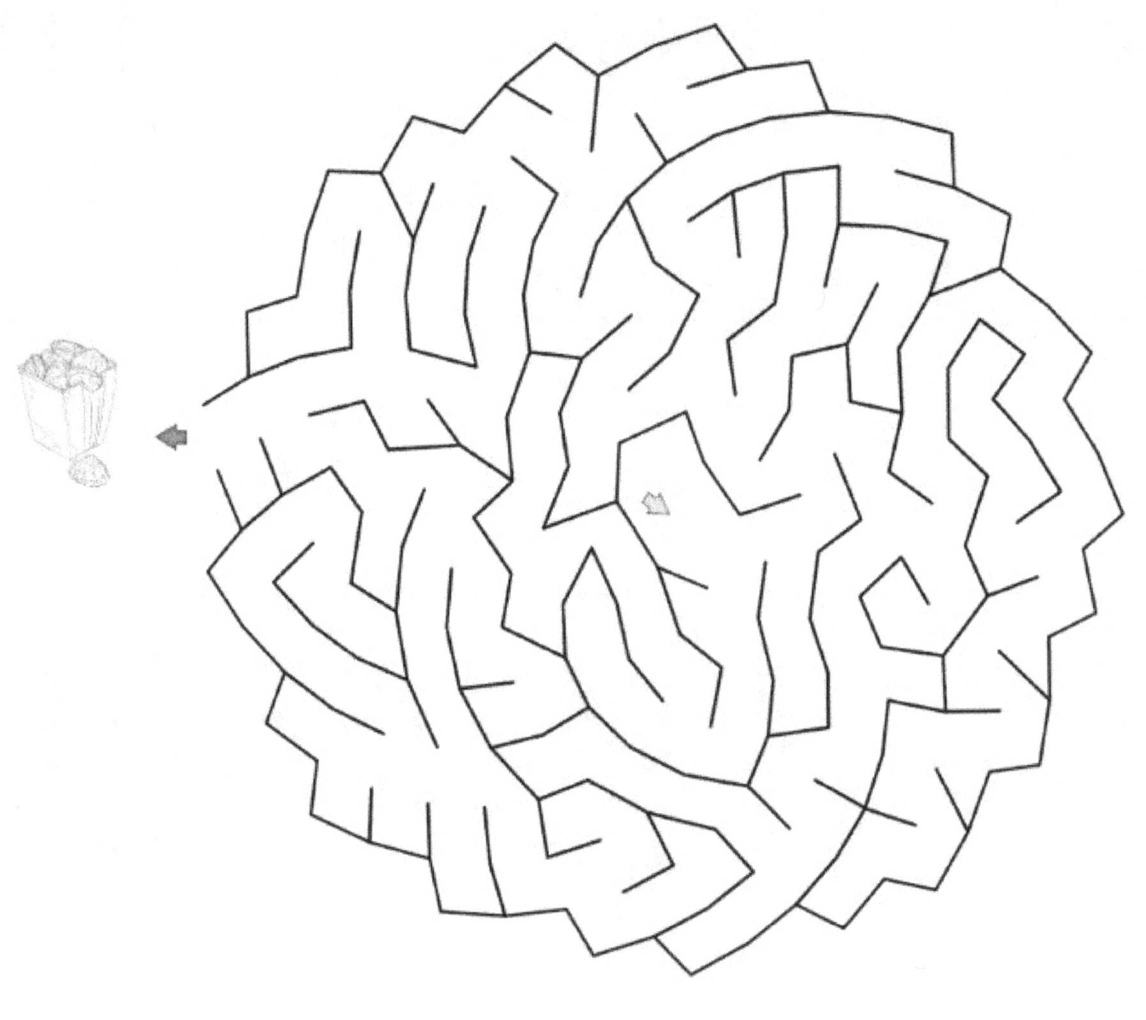

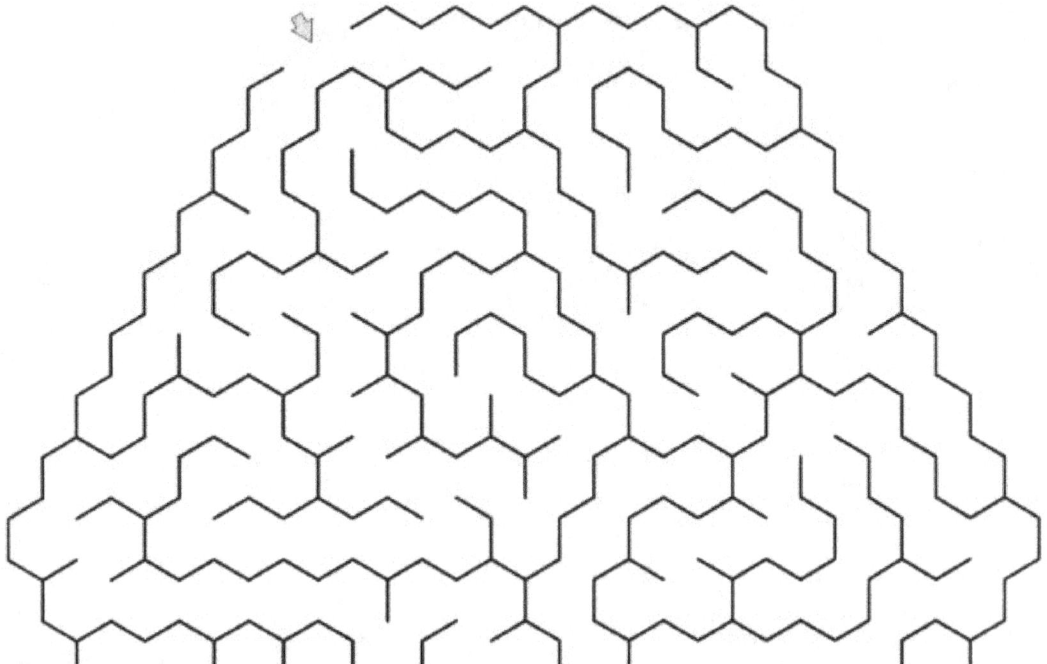

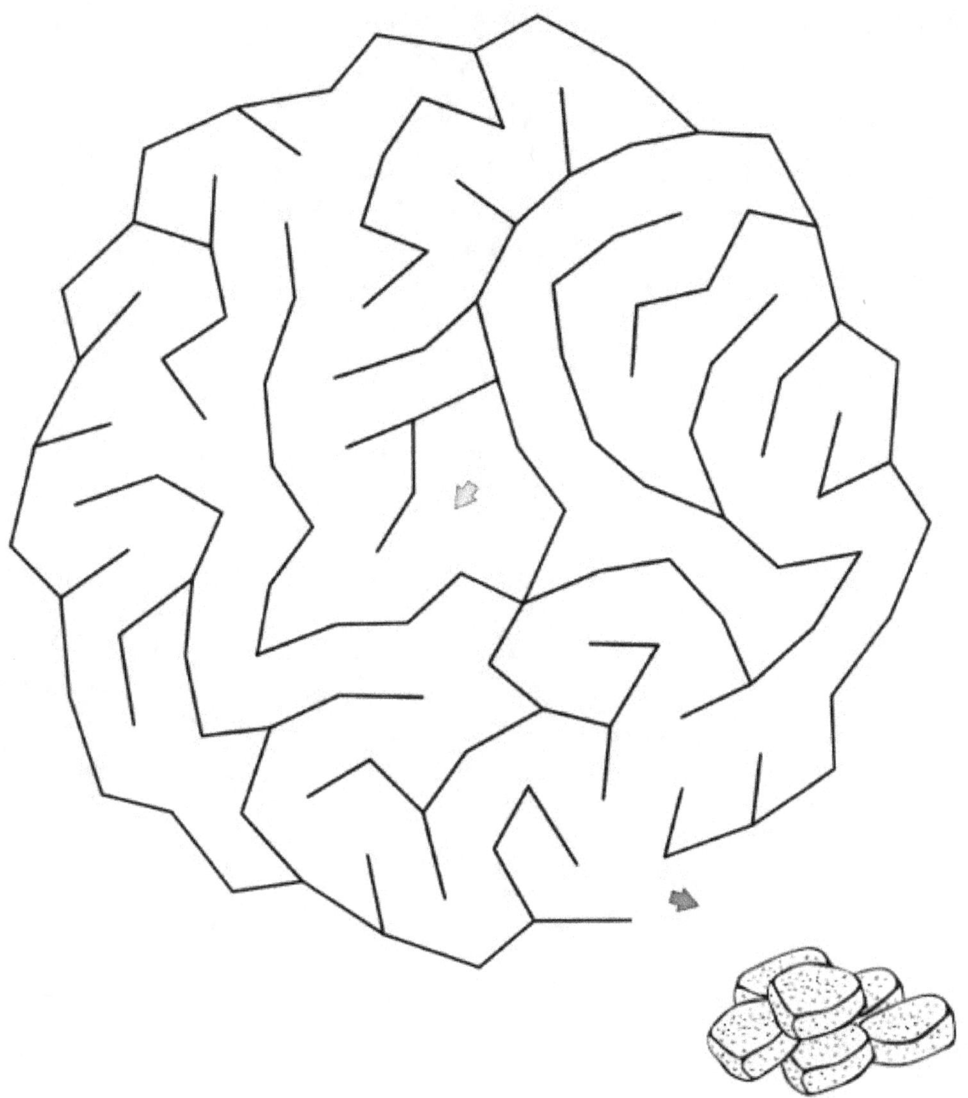